Impressum
Verlag: BABADADA GmbH, Nedderfeld 112 , 22529 Hamburg
Geschäftsführer / Verlagsleitung: Harald Hof
Druck: Books on Demand GmbH, In de Tarpen 42, 22848 Norderstedt

Imprint
Publisher: BABADADA GmbH, Nedderfeld 112 , 22529 Hamburg, Germany
Managing Director / Publishing direction: Harald Hof
Print: Books on Demand GmbH, In de Tarpen 42, 22848 Norderstedt

shule
school

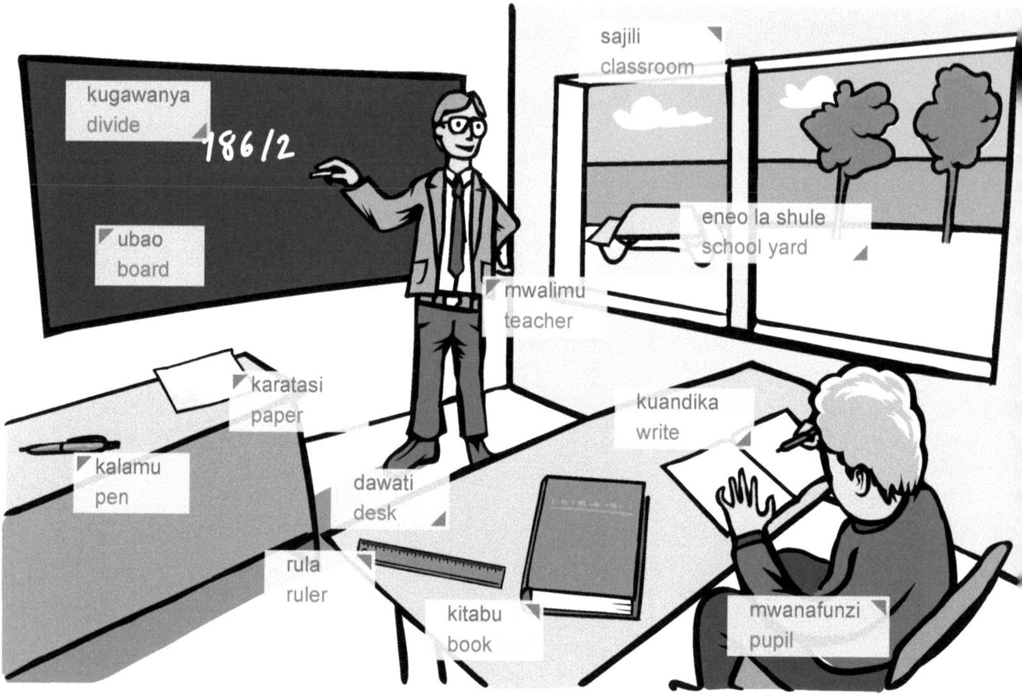
sajili
classroom
kugawanya
divide
186/2
ubao
board
eneo la shule
school yard
mwalimu
teacher
karatasi
paper
kuandika
write
kalamu
pen
dawati
desk
rula
ruler
kitabu
book
mwanafunzi
pupil

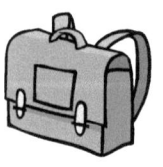

mkoba
satchel

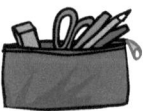

kikasha cha penseli
pencil case

penseli
pencil

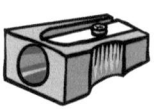

kichonga penseli
pencil sharpener

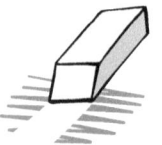

mpira
rubber

pedi ya kuchora
drawing pad

uchoraji

drawing

brashi ya rangi

paintbrush

sanduku la rangi

paint box

mkasi

scissors

gundi

glue

daftari

exercise book

kazi ya nyumbani

homework

nambari

number

jumlisha

add

ondoa

subtract

zidisha

multiply

kokotoa

calculate

barua

letter

alfabeti

alphabet

neno

word

shule - school

3

maandishi

text

kusoma

read

chaki

chalk

somo

lesson

sajili

register

uchunguzi

examination

cheti

certificate

sare za shule

school uniform

elimu

education

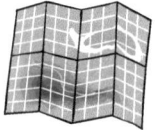

elezo

encyclopedia

chuo kikuu

university

darubini

microscope

ramani

map

kikapu cha kuweka karatasi chafu

waste-paper basket

usafiri
travel

hoteli
hotel
Grand
hosteli
hostel
ROOMS
ofisi ya ubadilishanaji
currency exchange office
sanduku
suitcase
gari
car

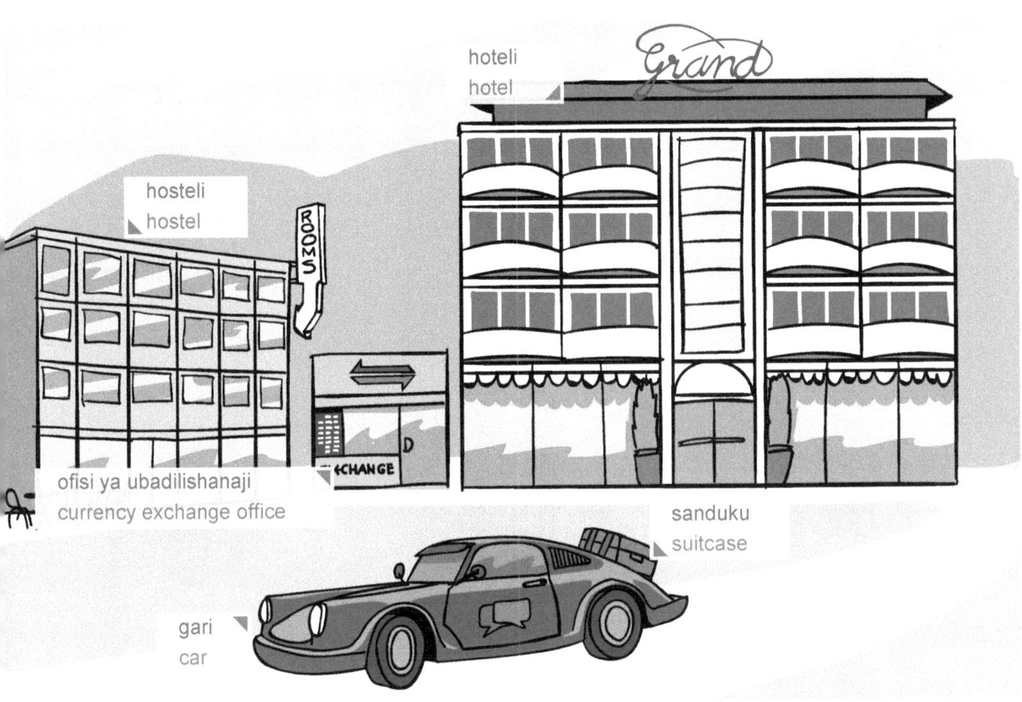

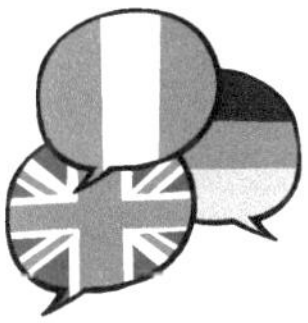

lugha

language

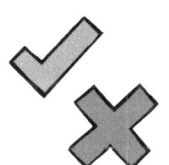

ndiyo / la

yes / no

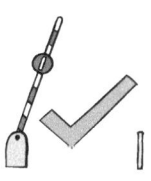

sawa

Okay

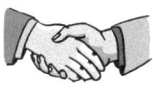

hujambo

hello

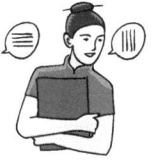

mtafsiri

translator

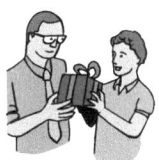

Asante

Thank you

kiasi gani ni ...?

how much is...?

Sielewi

I don't get it

tatizo

problem

Jioni njema!

Good evening!

Habari za asubuhi!

Good morning!

Usiku mwema!

Good night!

kwa heri

goodbye

mwelekeo

direction

mizigo

luggage

mfuko

bag

shanta

backpack

mgeni

guest

chumba

room

begi la kulalia

sleeping bag

hema

tent

taarifa ya utalii

tourist information

ufuo

beach

kadi

credit card

kifunguakinywa

breakfast

chakula cha mchana

lunch

chakula cha jioni

dinner

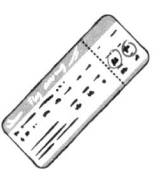

tiketi

Ticket

kuinua

elevator

muhuri

stamp

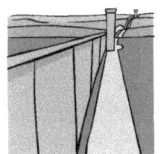

mpaka

border

mila

customs

ubalozi

embassy

visa

visa

pasipoti

passport

usafiri - travel

usafiri
transport

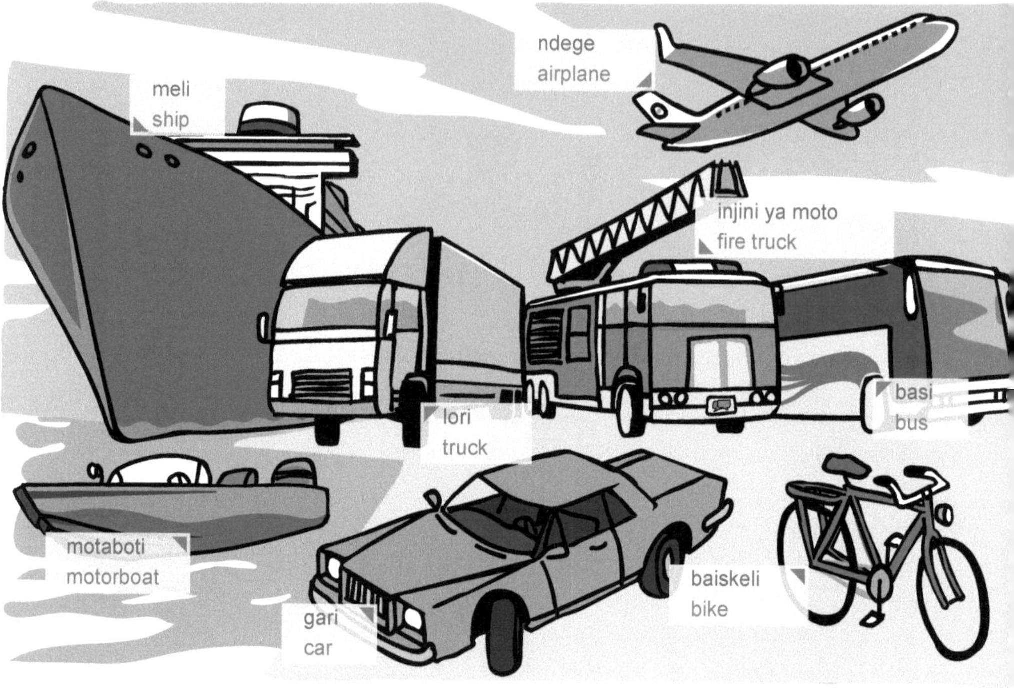

ndege
airplane
meli
ship
injini ya moto
fire truck
basi
bus
lori
truck
motaboti
motorboat
baiskeli
bike
gari
car

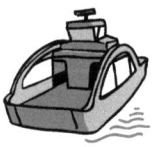

feri

ferry

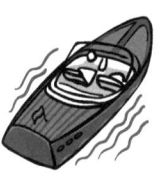

mashua

boat

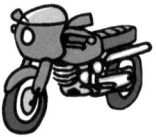

pikipiki

motorbike

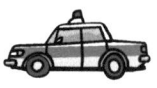

gari la polisi

police car

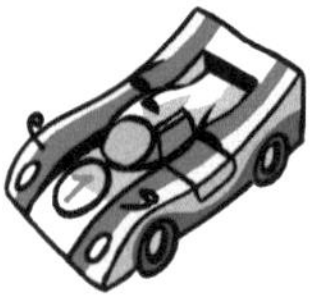

gari la mashindano

racing car

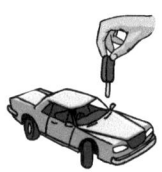

gari la kukodisha

rental car

kushiriki gari

car sharing

lori la kuvuta

tow truck

ukusanyaji taka

garbage truck

motor

engine

mafuta

fuel

kituo cha mafuta

fuel station

ishara trafiki

traffic sign

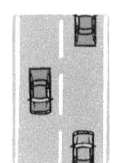

trafiki

traffic

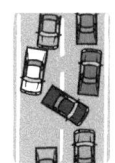

msongamano

traffic jam

maegesho

parking lot

kituo cha treni

train station

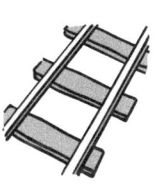

reli

tracks

garimoshi

train

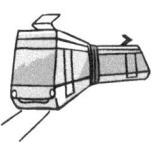

tremu

tram

gari la mizigo

wagon

helikopta

helicopter

uwanja wa ndege

airport

mnara

tower

abiria

passenger

chombo

container

katoni

carton

mkokoteni

cart

kikapu

basket

ondoka

take off / land

jiji
city

kijiji

village

katikati ya jiji

city center

nyumba

house

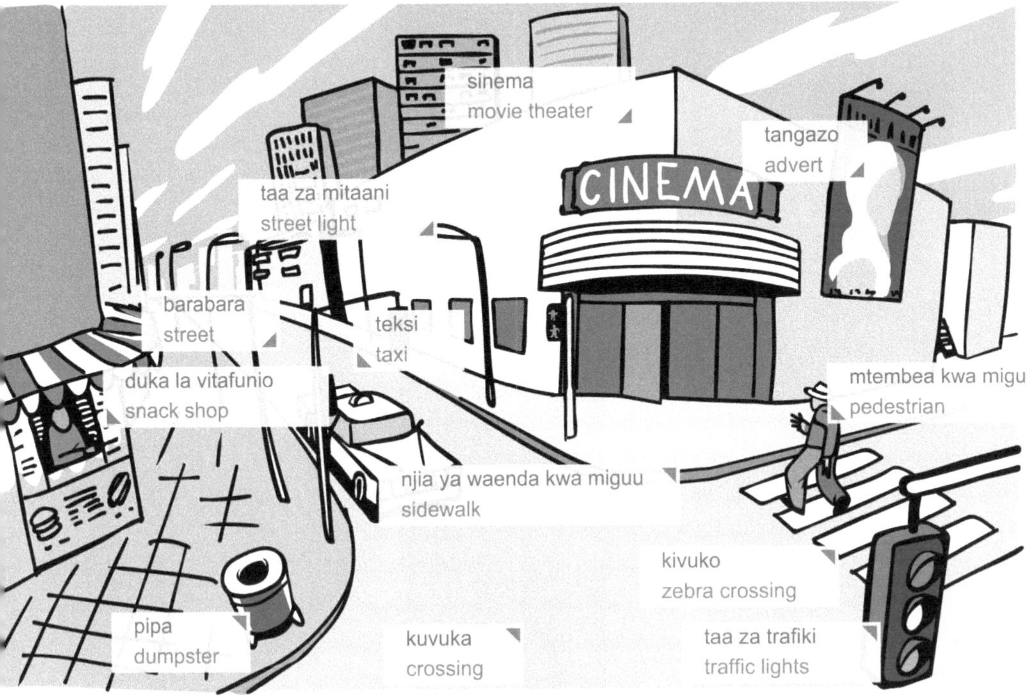

sinema
movie theater

tangazo
advert

taa za mitaani
street light

CINEMA

barabara
street

teksi
taxi

duka la vitafunio
snack shop

mtembea kwa miguu
pedestrian

njia ya waenda kwa miguu
sidewalk

kivuko
zebra crossing

pipa
dumpster

kuvuka
crossing

taa za trafiki
traffic lights

kibanda
hut

gorofa
apartment

kituo cha treni
train station

ukumbi wa mji
city hall

Makavazi
museum

shule
school

chuo kikuu

university

benki

bank

hospitali

hospital

hoteli

hotel

duka la dawa

pharmacy

ofisi

office

duka la kitabu

book shop

duka

shop

duka la maua

flower shop

dukakuu

supermarket

soko

market

idara ya kuhifadhi

department store

mwuza samaki

fishmonger's shop

kituo cha ununuzi

mall

bandari

harbor

Hifadhi

park

benki

bench

daraja

bridge

vidato

stairs

chini ya ardhi

subway

handaki

tunnel

kituo cha mabasi

bus stop

bar

bar

mgahawa

restaurant

sanduku la posta

postbox

ishara ya barabara

street sign

mita ya maegesho

parking meter

bustani ya wanyama

zoo

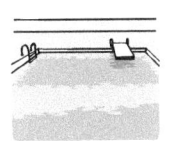

kidimbwi cha kuogelea

swimming pool

msikiti

mosque

shamba
farm

uchafuzi
pollution

makaburini
cemetery

kanisa
church

uwanja wa michezo
playground

hekalu
temple

mazingira
landscape

jani
leaf

ishara ya mwelekeo
signpost

njia
path

malisho
meadow

jiwe
stone

mtembeaji wa masafa
hiker

mti
tree

mto
river

nyasi
grass

ua
flower

bonde

valley

kilima

hill

ziwa

lake

msitu

forest

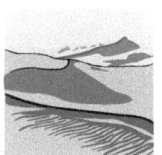

jangwa

desert

volkano

volcano

ngome

castle

upinde wa mvua

rainbow

uyoga

mushroom

mtende

palm tree

mbu

mosquito

kuruka

fly

chungu

ant

nyuki

bee

buibui

spider

mende

beetle

chura

frog

kuchakuro

squirrel

nungunungu

hedgehog

sungura

hare

bundi

owl

ndege

bird

swan

swan

nguruwe mwitu

boar

kulungu

deer

aina ya kongoni

moose

bwawa

dam

tabo ya upepo

wind turbine

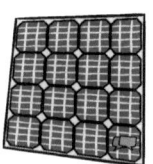

nishaji ya jua

solar panel

hali ya hewa

climate

mgahawa
restaurant

mhudumu
waiter
menyu
menu
kiti
chair
supu
soup
piza
pizza
vilia
cutlery
kitambaa cha mezani
tablecloth

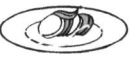

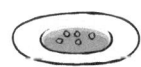

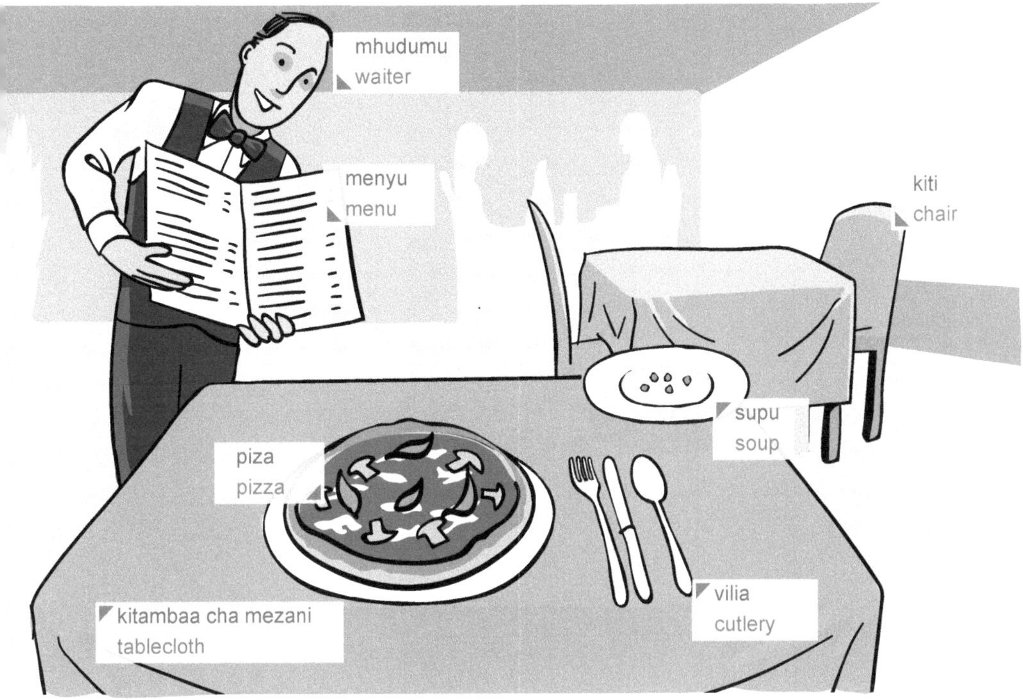

kiamsha hamu

starter

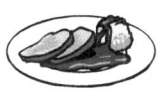

kozi kuu

main course

kitindamlo

dessert

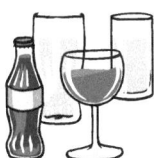

vinywaji

drinks

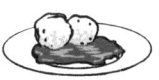

chakula

food

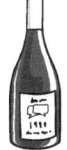

chupa

bottle

chakula cha haraka

fast food

Streetfood

street food

buli

teapot

kisanduku cha sukari

sugar bowl

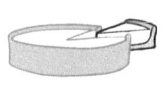

sehemu

portion

mashine ya espresso

espresso machine

kiti kirefu

high chair

muswada

bill

trei

tray

kisu

knife

uma

fork

kijiko

spoon

kijiko cha chai

teaspoon

nepi

serviette

glasi

glass

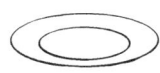

sahani

plate

sahani ya supu

soup plate

sufuria

saucer

mchuzi

sauce

kichanyaji chumvi

salt shaker

kinu cha pilipili

pepper mill

siki

vinegar

mafuta

oil

viungo

spices

kechapu

ketchup

haradali

mustard

kachumbari nzito

mayonnaise

dukakuu
supermarket

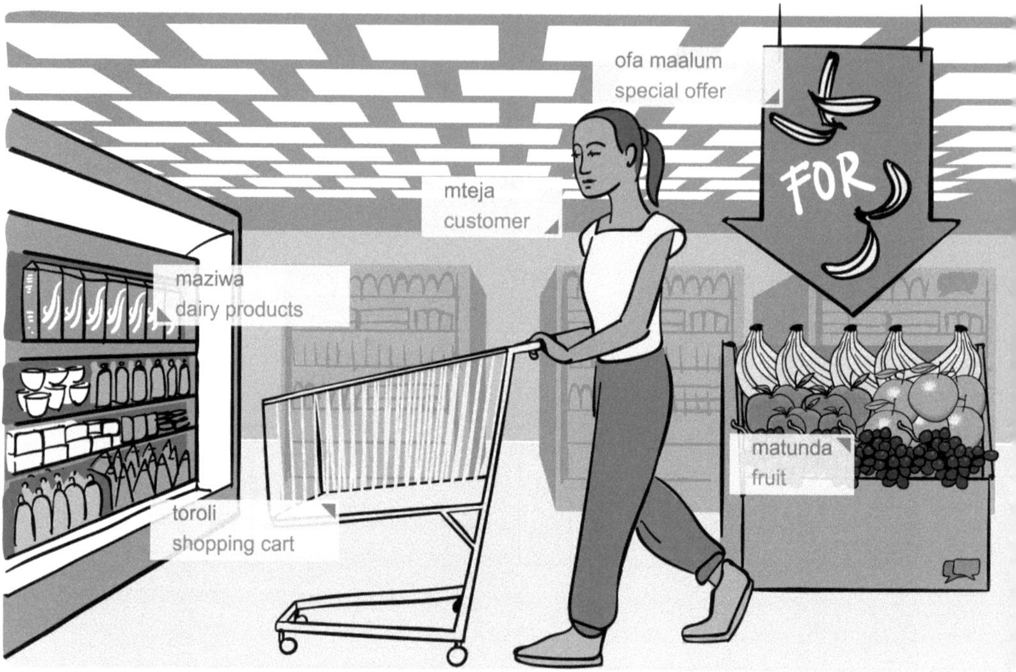

ofa maalum
special offer
FOR
mteja
customer
maziwa
dairy products
matunda
fruit
toroli
shopping cart

BUTCHERS

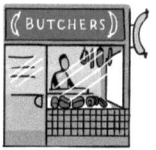

mchinjaji

butcher's shop

BAKERY

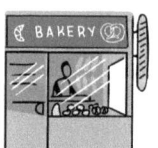

mwokaji

bakery

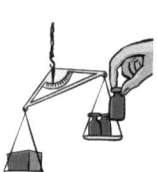

uzito

weigh

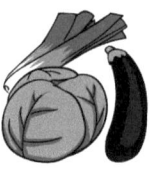

mboga

vegetables

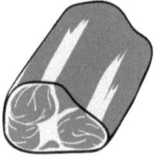

nyama

meat

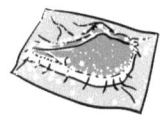

chakula waliohifadhiwa

frozen food

vipande vya nyama baridi

cold cuts

chakula cha kopo

canned food

sabuni ya unga

detergent

pipi

candy

bidhaa za kaya

household products

bidhaa za kusafisha

cleaning products

mtu mauzo

sales representative

mpaka

cash register

keshia

cashier

orodha ya manunuzi

shopping list

masaa ya ufunguzi

opening hours

mkoba

wallet

kadi

credit card

mfuko

bag

mfuko wa plastiki

plastic bag

maji

water

sharubati

juice

maziwa

milk

coke

coke

mvinyo

wine

bia

beer

pombe

alcohol

kakao

cocoa

chai

tea

kahawa

coffee

spreso

espresso

kapuchino

cappuccino

ndizi

banana

tufaha

apple

machungwa

orange

tikiti

melon

lemon

lemon

karoti

carrot

kitunguu saumu

garlic

mianzi

bamboo

kitunguu

onion

uyoga

mushroom

karanga

nuts

nudo

noodles

spageti

spaghetti

mpunga

rice

saladi

salad

vibanzi

fries

viazi vya kukaanga

fried potatoes

piza

pizza

hambaga

hamburger

sandwichi

sandwich

kipande

escalope

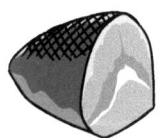

paja la mnyama

ham

salami

salami

soseji

sausage

kuku

chicken

choma

roast

samaki

fish

chakula - food

oats ya uji

porridge oats

muesli

muesli

cornflakes

cornflakes

unga

flour

kroisanti

croissant

andazi

bread roll

mkate

bread

mkate wa kubanika

toast

biskuti

cookies

siagi

butter

maziwa mgando

curd

keki

cake

yai

egg

yai kukaanga

fried egg

jibini

cheese

aiskrimu

ice cream

sukari

sugar

asali

honey

jemu

jelly

kuenea kwa chokoleti

nougat cream

mchuzi wa viungo

curry

shamba
farm

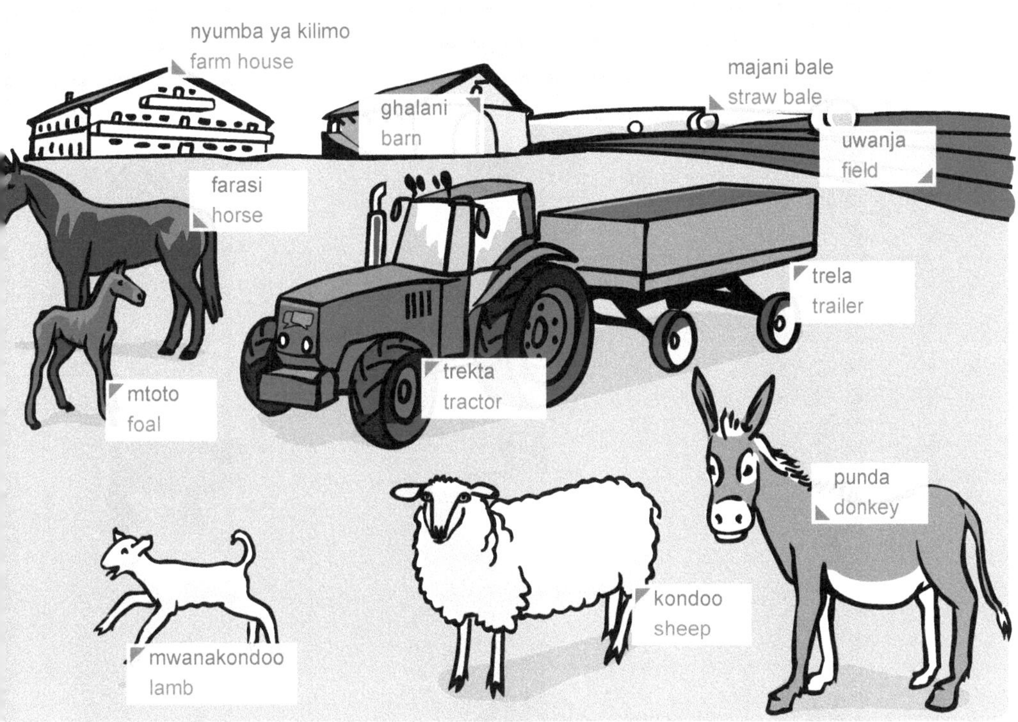
nyumba ya kilimo
farm house
ghalani
barn
majani bale
straw bale
uwanja
field
farasi
horse
trela
trailer
mtoto
foal
trekta
tractor
punda
donkey
kondoo
sheep
mwanakondoo
lamb

mbuzi

goat

ng'ombe

cow

ndama

calf

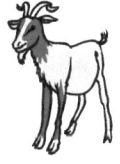

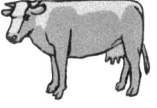

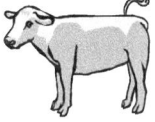

nguruwe

pig

mwananguruwe

piglet

fahali

bull

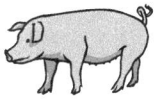

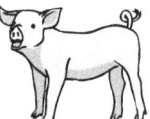

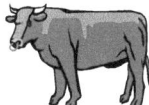

batabukini

goose

bata

duck

kifaranga

chick

kuku

hen

jogoo

cockerel

panya

rat

paka

cat

panya

mouse

ng'ombe

ox

mbwa

dog

nyumba ya mbwa

dog house

bomba la bustani

garden hose

debe la kumwagilia maji

watering can

fyekeo

scythe

kulima

plow

mundu

sickle

jembe

hoe

uma wa nyasi

pitchfork

shoka

axe

toroli

pushcart

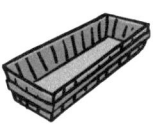

kupitia nyimbo

trough

chombo cha maziwa

milk can

gunia

sack

ua

fence

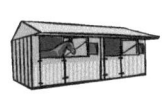

imara

stable

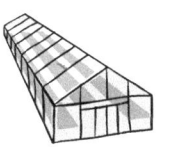

chafu

greenhouse

udongo

soil

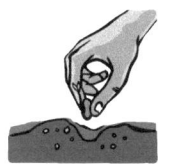

mbegu

seed

mbolea

fertilizer

kivunaji

combine harvester

mavuno

harvest

mavuno

harvest

viazi vikuu

yams

ngano

wheat

soya

soya

viazi

potato

mahindi

corn

rapa

rapeseed

mti wa matunda

fruit tree

muhogo

manioc

nafaka

grain

shamba - farm

nyumba
house

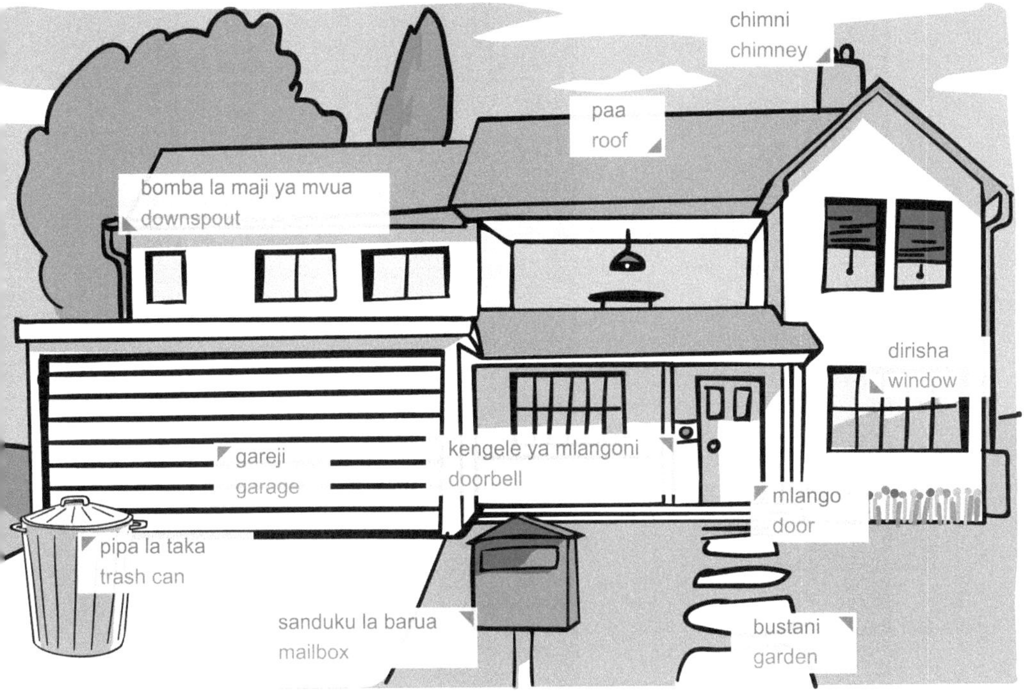
chimni
chimney
paa
roof
bomba la maji ya mvua
downspout
dirisha
window
gareji
garage
kengele ya mlangoni
doorbell
mlango
door
pipa la taka
trash can
sanduku la barua
mailbox
bustani
garden

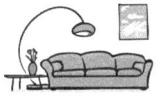

sebuleni

living room

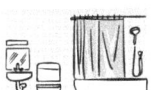

bafu

bathroom

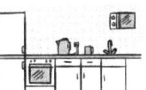

jikoni

kitchen

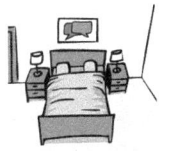

chumba cha kulala

bedroom

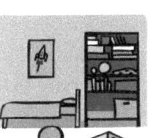

chumba ya mtoto

kids room

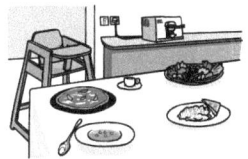

chumba cha kulia

dining room

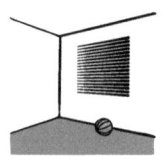

sakafu

floor

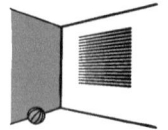

ukuta

wall

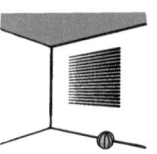

dari

ceiling

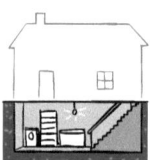

pishi

cellar

sauna

sauna

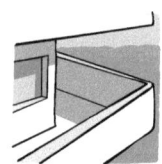

roshani

balcony

mtaro

terrace

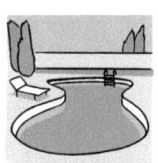

kidimbwi

pool

mashine ya kukata nyasi

lawn mower

karatasi

sheet

kitambaa cha kupamba
kitanda

bedspread

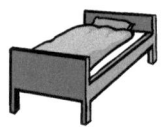

kitanda

bed

ufagio

broom

ndoo

bucket

kubadili

switch

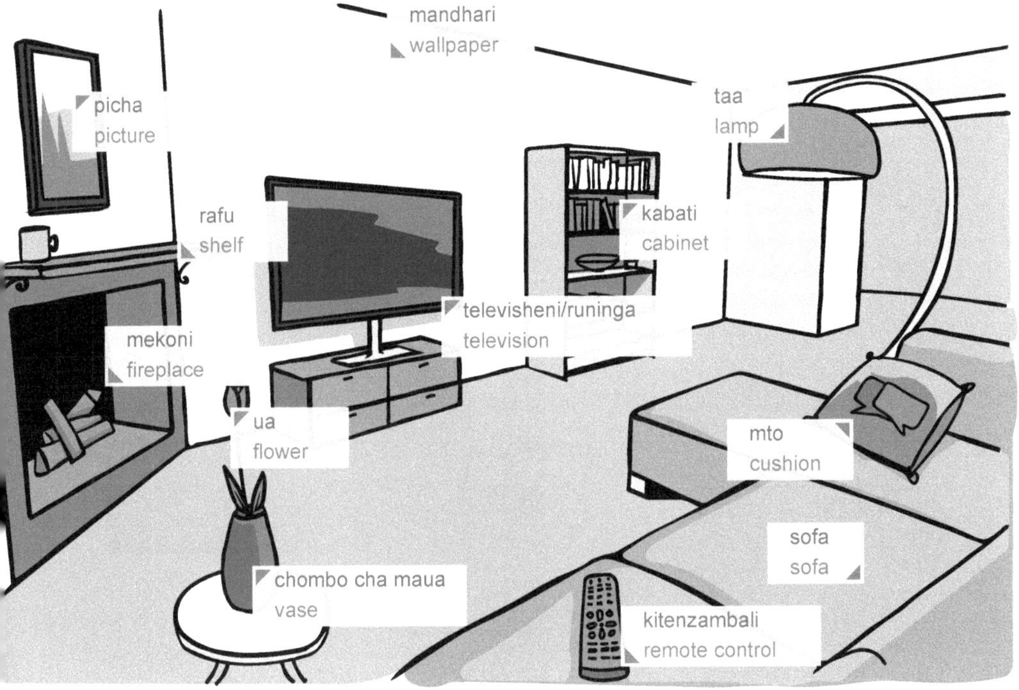

mandhari
wallpaper

picha
picture

taa
lamp

rafu
shelf

kabati
cabinet

mekoni
fireplace

televisheni/runinga
television

ua
flower

mto
cushion

sofa
sofa

chombo cha maua
vase

kitenzambali
remote control

zulia
carpet

pazia
drape

meza
table

kiti
chair

kiti cha bembea
rocking chair

armchair
armchair

kitabu

book

blanketi

blanket

mapambo

decoration

kuni

firewood

filamu

film

kifaa cha hi-fi

stereo system

ufunguo

key

gazeti

newspaper

uchoraji

painting

bango

poster

redio

radio

daftari

notebook

kifyonza

vacuum cleaner

dungusi kakati

cactus

mshumaa

candle

jikoni
kitchen

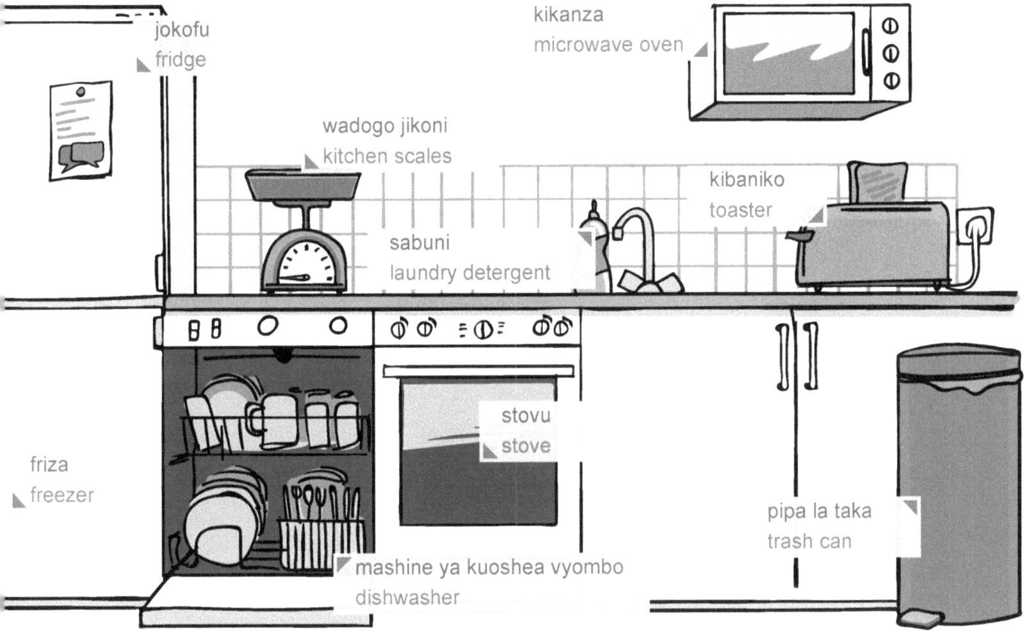

jokofu
fridge
kikanza
microwave oven
wadogo jikoni
kitchen scales
kibaniko
toaster
sabuni
laundry detergent
stovu
stove
friza
freezer
pipa la taka
trash can
mashine ya kuoshea vyombo
dishwasher

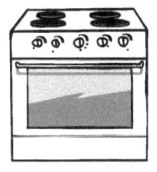

jiko la kupika

cooker

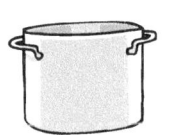

chungu

pot

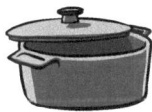

sufuria ya chuma

cast-iron pot

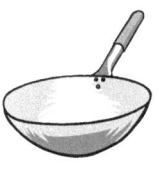

wok / kadai

wok / kadai

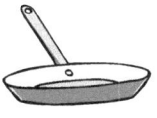

kaango

pan

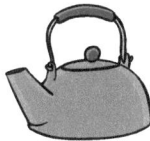

birika

kettle

stima

steamer

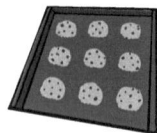

sinia ya kuoka

baking tray

vyombo vya udongo

crockery

kombe

mug

bakuli

bowl

vijiti vya kulia

chopsticks

ukawa

ladle

mwiko mpana

spatula

burashi

whisk

kichujio

strainer

chujio

sieve

mbuzi

grater

chokaa

mortar

barbeque

barbecue

moto wazi

fireplace

ubao wa majaribio

chopping board

kijiti cha kusukuma unga

rolling pin

kizibuo

corkscrew

kopo

can

inaweza kopo

can opener

kishikio cha chungu

oven cloth

karo

sink

brashi

brush

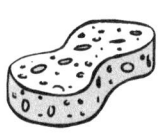

sifongo

sponge

kisagaji matunda

blender

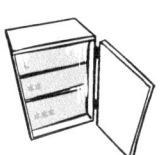

friji ya kina

deep freezer

chupa ya mtoto

baby bottle

bomba

tap

jikoni - kitchen

bafu

bathroom

joto
heating

mfereji wa kuogea
shower

taulo
towel

pazia la kuogea
shower curtain

maji ya kuoga yenye povu
bubble bath

hodhi
bathtub

glasi
glass

mashine ya kuosha
washing machine

vigae
tiles

bomba
tap

poti
potty

karo
sink

choo
toilet

choo cha squat
squat toilet

beseni la mviringo
bidet

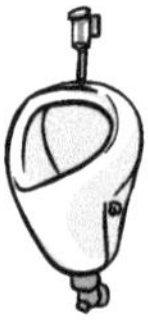

choo cha umma
urinal

shashi
toilet paper

brashi ya choo
toilet brush

mswaki

toothbrush

dawa ya meno

toothpaste

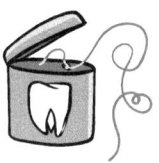

dawa ya meno

dental floss

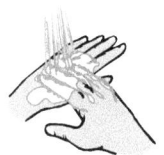

safisha

wash

kuoga mkono

hand shower

msukumo wa maji

douche

bonde

basin

mpako wa pili

back brush

sabuni

soap

jeli ya kuogea

shower gel

shampuu

shampoo

flana

flannel

toa maji

drain

krimu

creme

kiondoa harufu

deodorant

kioo

mirror

kioo mkono

hand mirror

kinyozi

razor

povu la kunyoa

shaving foam

baada ya kunyoa

aftershave

kichana

comb

brashi

brush

kikausha nywele

hair-dryer

marashi ya nyewele

hairspray

vipodozi

makeup

kidomwa

lipstick

varnish ya msumari

nail varnish

pamba

cotton wool

mkasi wa kucha

nail scissors

manukato

perfume

mkoba wa kuosha

washbag

kinyesi

stool

mizani

weighing scales

nguo ya kuoga

bathrobe

glavu za mpira

rubber gloves

kisodo

tampon

sodo

sanitary towel

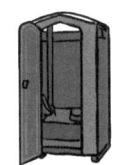

kemikali choo

chemical toilet

chumba ya mtoto
kids room

saa ya kengele
alarm clock
kidoli cha kupakata
cuddly toy
gari bandia
toy car
kelele
rattle
chumba cha midoli
doll's house
sasa
present

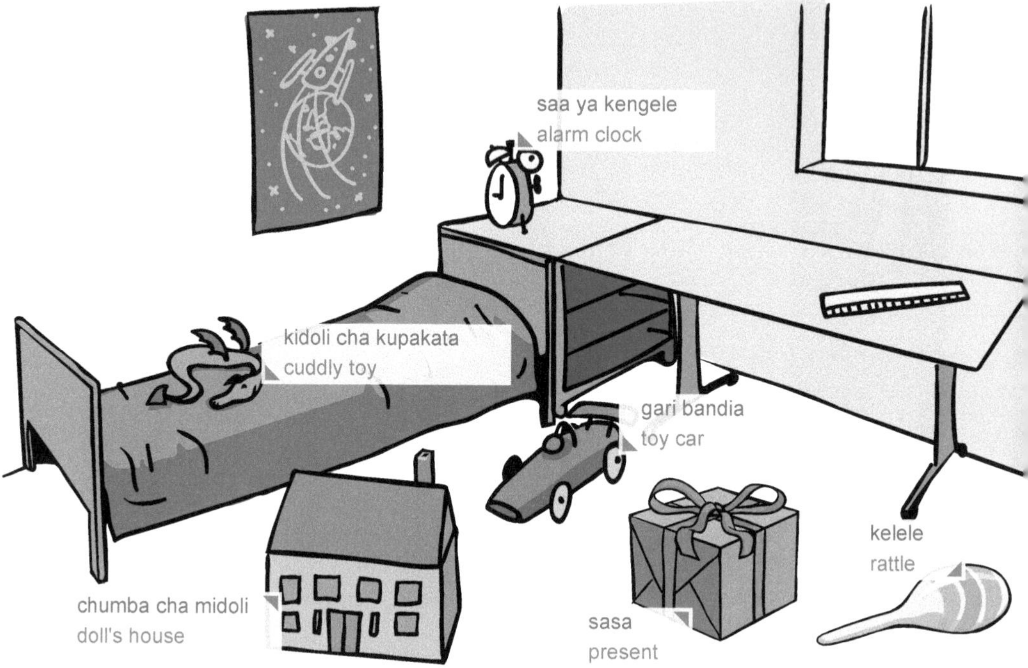

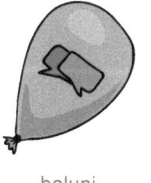

baluni

balloon

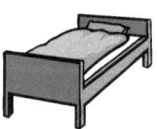

kitanda

bed

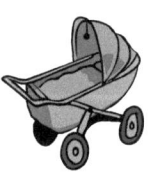

mashua

stroller

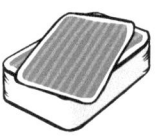

staha ya kadi

deck of cards

mchezo-fumb

jigsaw

SUPER MEGA

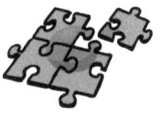

vichekesho

comic

matofali lego

lego bricks

vitalu mwigo

toy blocks

hatua takwimu

action figure

suti ya kulalia

romper suit

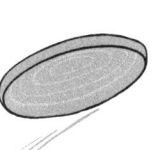

kisahani

frisbee

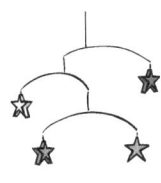

simu

mobile

ubao wa michezo

board game

kete

dice

garimoshi mwigo

model train set

dummy

pacifier

chama

party

picha kitabu

picture book

mpira

ball

kikaragosi

doll

kucheza

play

shimo la mchanga

sandpit

bembea

swing

vitu bandia

toys

kiweko cha video ya mchezo

video game console

baiskeli ya magurudumu

tricycle

matatu

mwanasesere

teddy bear

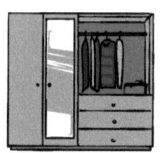

kabati

wardrobe

nguo

clothing

soksi

socks

stokingi

stockings

kibano

tights

skafu
scarf

mwavuli
umbrella

fulana
t-shirt

ukanda
belt

viatu
boots

ndara
slippers

wakufunzi
sneakers

malapa
sandals

viatu
shoes

mabuti ya mpira
rubber boots

suruali ya ndani
underwear

sidiria
bra

fulana
undershirt

mwili

body

suruali

pants

dangirizi

jeans

sketi

skirt

blauzi

blouse

shati

shirt

vuta

pullover

sweta

sweater

bleza

blazer

jaketi

jacket

koti

coat

koti la mvua

raincoat

maleba

costume

gauni

dress

mavazi ya harusi

wedding dress

suti

suit

vazi la usiku

nightgown

pajama

pajamas

sari

sari

skafu

headscarf

kilemba

turban

burka

burka

kaftan

kaftan

abaya

abaya

vazi la kuogelea

swimsuit

vazi la kiume la kuogelea

trunks

kaptura

shorts

teitei

tracksuit

aproni

apron

glavu

gloves

nguo - clothing

kifungo

button

glasi

glasses

bangili

bracelet

mkufu

necklace

pete

ring

herini

earring

kofia

cap

kiango cha koti

coat hanger

kofia

hat

tai

tie

zipu

zip

kofia

helmet

kanda za suruali

braces

sare za shule

school uniform

sare

uniform

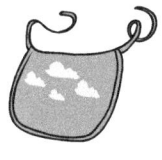

bibu

bib

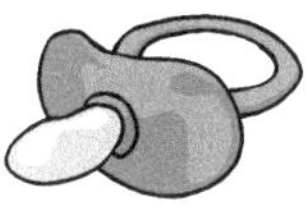

dummy

pacifier

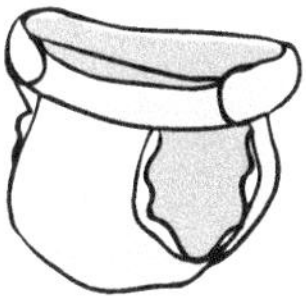

nepi

diaper

ofisi

office

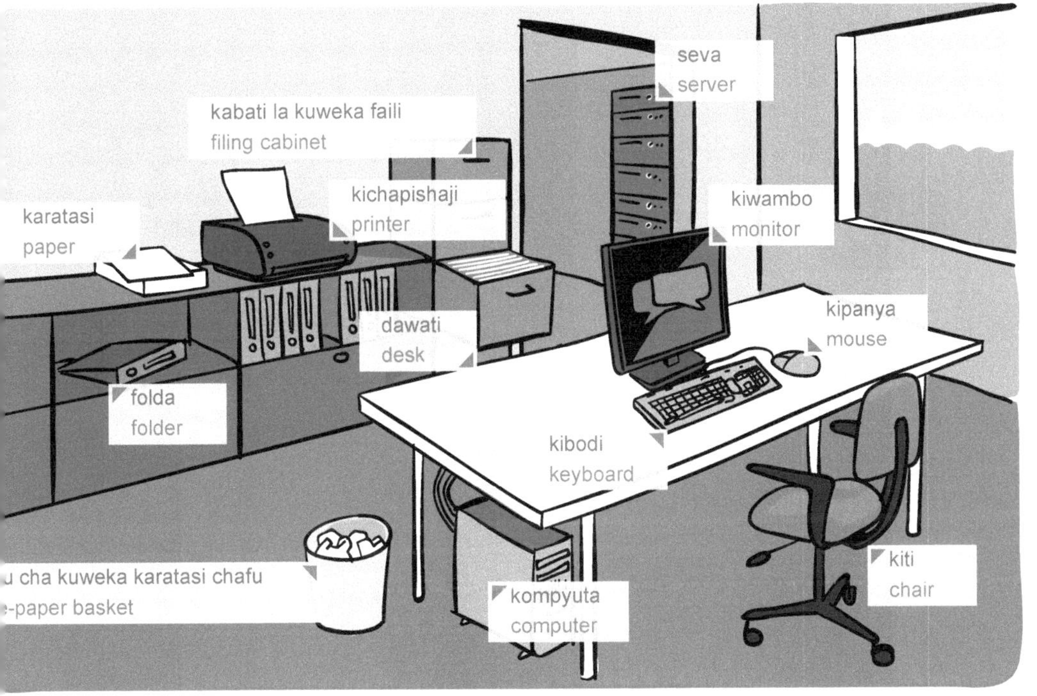
seva
server
kabati la kuweka faili
filing cabinet
kichapishaji
printer
karatasi
paper
kiwambo
monitor
kipanya
mouse
dawati
desk
folda
folder
kibodi
keyboard
u cha kuweka karatasi chafu
-paper basket
kiti
chair
kompyuta
computer

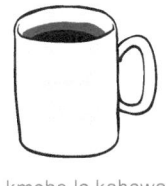

kmobe la kahawa

coffee mug

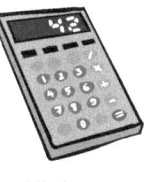

kikokotoo

calculator

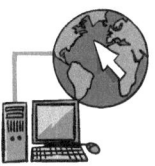

biashara

internet

mbali
laptop

barua
letter

ujumbe
message

rununu
cell phone

intaneti
network

fotokopia
photocopier

programu
software

simu
telephone

soketi
plug socket

kipepesi
fax machine

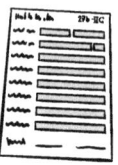

fomu
form

hati
document

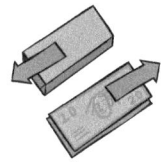

kununua

buy

kulipa

pay

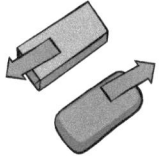

biashara

trade

fedha

money

dola

dollar

yuro

euro

yeni

yen

rouble

rouble

faranga ya Uswisi

Swiss franc

renminbi yuan

renminbi yuan

rupia

rupee

eneo la kulipia

cash point

ofisi ya ubadilishanaji

currency exchange office

dhahabu

gold

fedha

silver

mafuta

oil

nishati

energy

bei

price

mkataba

contract

kodi

tax

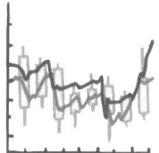

bidhaa

stock

kazi

work

mfanyakazi

employee

mwajiri

employer

kiwanda

factory

duka

shop

afisa wa polisi
police officer

mzimamoto
fireman

rubani
pilot

daktari
doctor

mpishi
cook

mtunza bustani

gardener

seremala

carpenter

mshonaji

seamstress

hakimu

judge

mwanakemia

chemist

muigizaji

actor

dereva wa basi

bus driver

dereva wa teksi

taxi driver

mvuvi

fisherman

mwanamke wa kusafisha

cleaning lady

mwezekaji

roofer

mhudumu

waiter

mwindaji

hunter

mchoraji

painter

mwokaji

baker

umeme

electrician

mjenzi

builder

mhandisi

engineer

mchinjaji

butcher

fundi bomba

plumber

mwanaposta

postman

mwanajeshi

soldier

msanifu majengo

architect

keshia

cashier

muuza maua

florist

msusi

hairdresser

kondakta

conductor

mekanika

mechanic

nahodha

captain

daktari wa meno

dentist

mwanasayansi

scientist

rabbi

rabbi

imamu

imam

mtawa

monk

kasisi

pastor

zana
tools

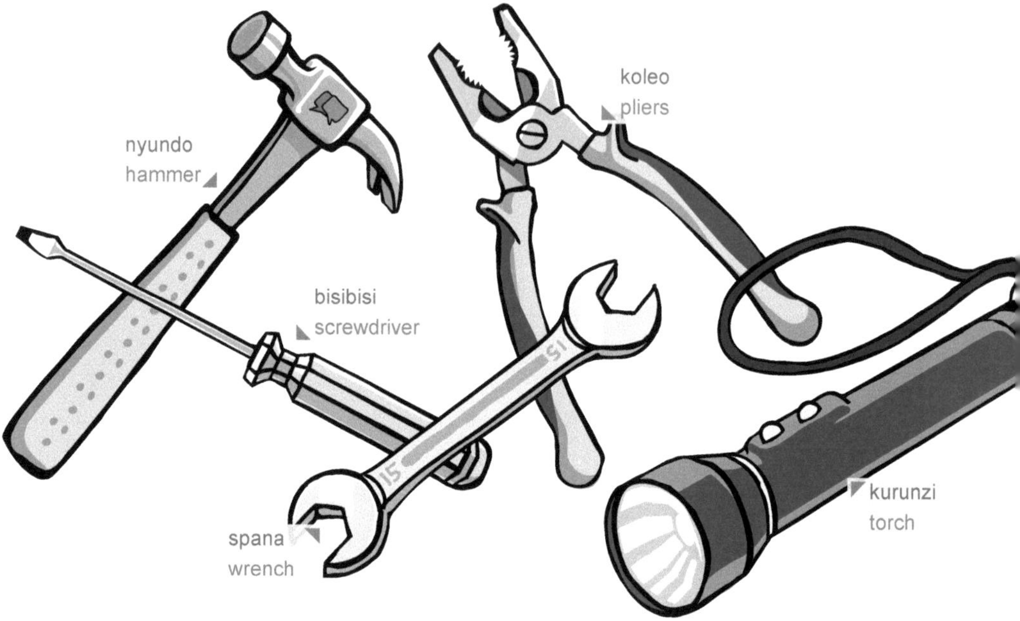
nyundo
hammer
koleo
pliers
bisibisi
screwdriver
spana
wrench
kurunzi
torch

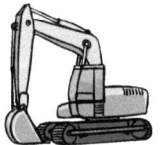

mchimbaji

excavator

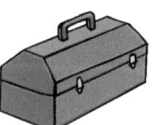

sanduku la vifaa

toolbox

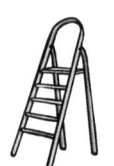

ngazi

ladder

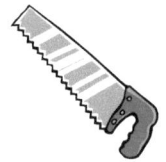

msumeno

saw

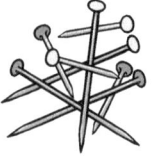

misumari

nails

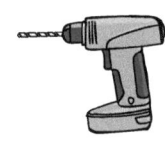

kuchimba visima

drill

kukarabati

repair

sepetu

shovel

Lo!

Damn!

kishikio cha uchafu

dustpan

chungu cha rangi

paint can

skurubu

screws

ala za muziki

musical instruments

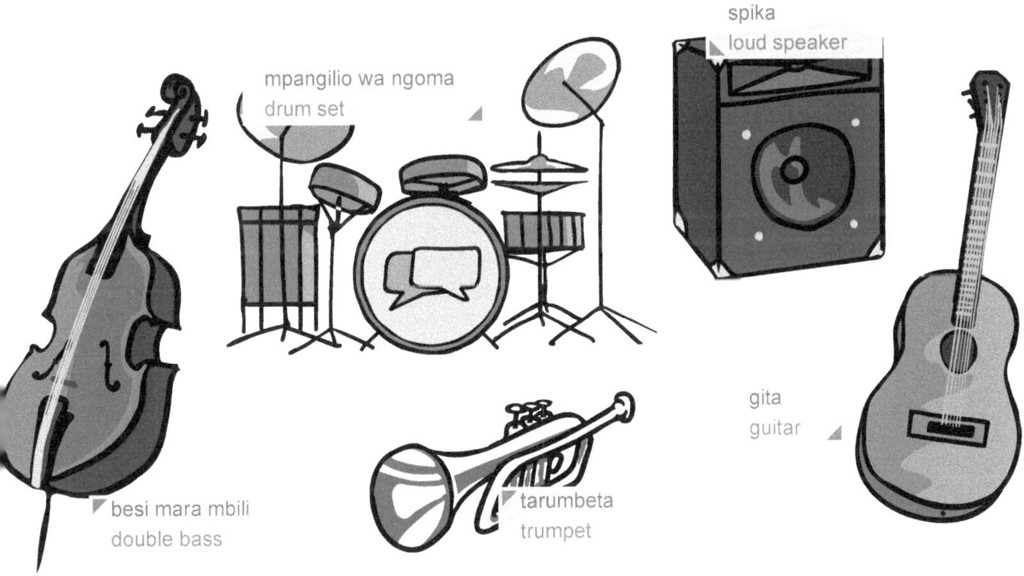

spika
loud speaker

mpangilio wa ngoma
drum set

gita
guitar

besi mara mbili
double bass

tarumbeta
trumpet

piano

piano

fidla

violin

ubeji

bass

timpani

timpani

ngoma

drums

kibodi

keyboard

saksafoni

saxophone

filimbi

flute

maikrofoni

microphone

bustani ya wanyama

zoo

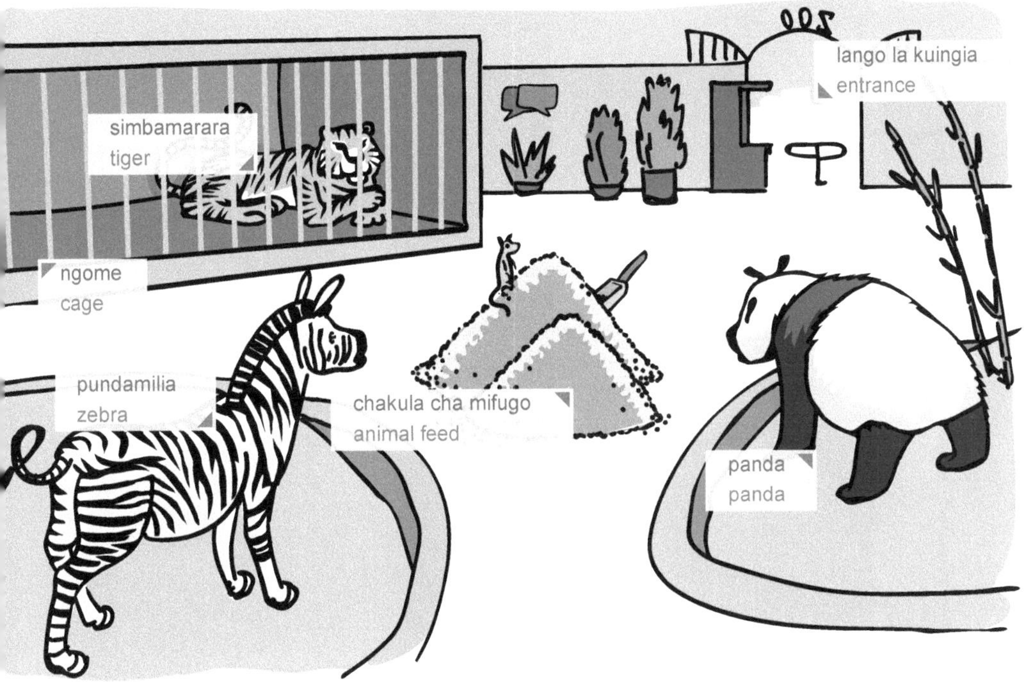
ZOO
lango la kuingia
entrance
simbamarara
tiger
ngome
cage
pundamilia
zebra
chakula cha mifugo
animal feed
panda
panda

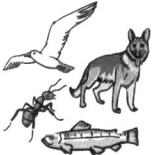

wanyama
animals

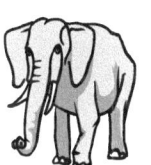

tembo
elephant

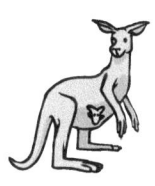

kangaruu
kangaroo

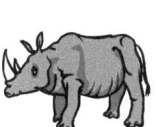

kifaru
rhino

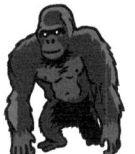

sokwe
gorilla

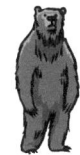

dubu
bear

ngamia

camel

mbuni

ostrich

simba

lion

tumbili

monkey

heroe

flamingo

kasuku

parrot

dubu

polar bear

penguini

penguin

papa

shark

tausi

peacock

nyoka

snake

mamba

crocodile

mtunza wanyama

zookeeper

muhuri

seal

jaguar

jaguar

mwanafarasi
pony

chui
leopard

kiboko
hippo

twiga
giraffe

tai
eagle

nguruwe mwitu
boar

samaki
fish

kobe
turtle

sili
walrus

mbweha
fox

paa
gazelle

michezo
sports

soka ya marekani
American football

uendeshaji baiskeli
cycling

tenisi
tennis

mpira wa kikapu
basketball

kuogelea
swimming

ndondi
boxing

magongo ya barafuni
ice hockey

soka
soccer

vinyoya
badminton

riadha
athletics

mpira wa mikono
handball

skii
skiing

polo
polo

shughuli
activities

kuruka
jump
kumbatia
hug
cheka
laugh
kutembea
walk
kuimba
sing
ota ndoto
dream
kuomba
pray
busu
kiss

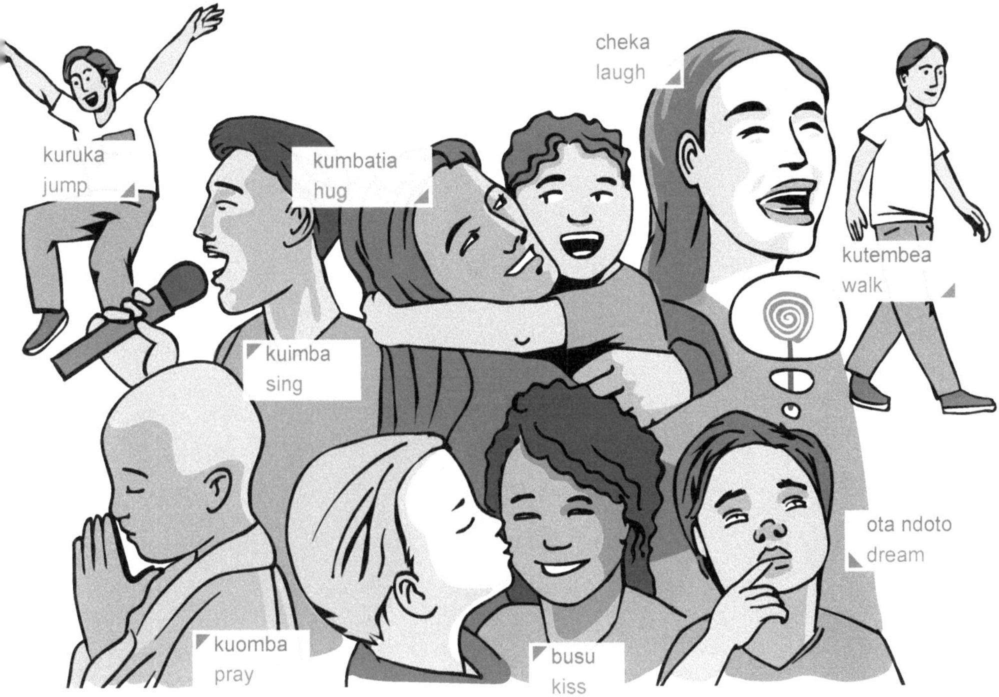

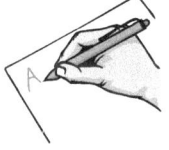

kuandika
write

kuteka
draw

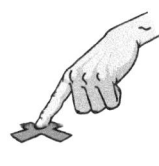

angalia
show

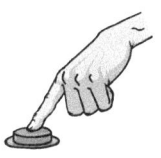

sukuma
push

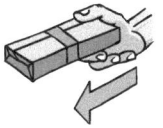

kutoa
give

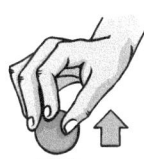

kuchukua
take

kuwa

have

fanya

do

kuwa

be

kusimama

stand

kukimbia

run

vuta

pull

kutupa

throw

kuanguka

fall

hadaa

lie

kusubiri

wait

kubeba

carry

kukaa

sit

vaa nguo

get dressed

usingizi

sleep

kuamka

wake up

kuangalia

look at

lia

cry

kiharusi

stroke

chana nywele

comb

ongea

talk

kuelewa

understand

kuuliza

ask

kusikiliza

listen

kunywa

drink

kula

eat

nadhifisha

tidy up

upendo

love

mpishi

cook

gari

drive

kuruka

fly

meli

sail

kokotoa

calculate

kusoma

read

kujifunza

learn

kazi

work

kuoa

marry

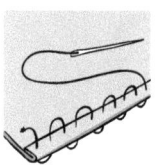

kushona

sew

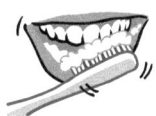

piga mswaki

brush teeth

kuua

kill

moshi

smoke

kutuma

send

shughuli - activities

familia

family

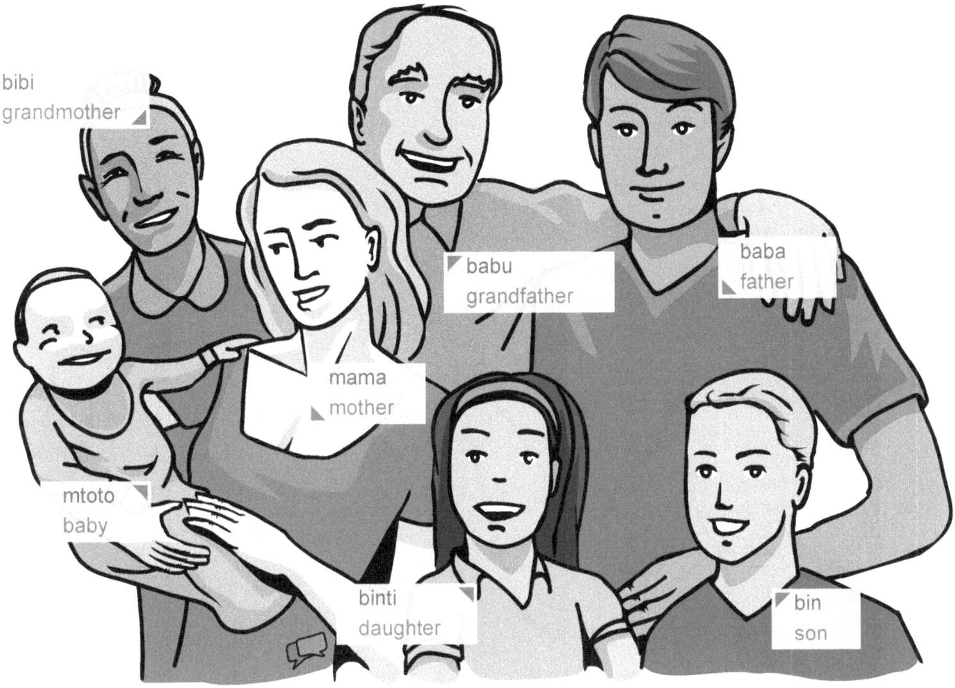

bibi
grandmother
babu
grandfather
baba
father
mama
mother
mtoto
baby
binti
daughter
bin
son

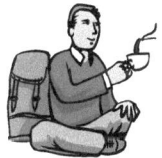

mgeni

guest

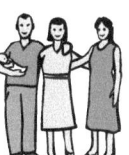

shangazi

aunt

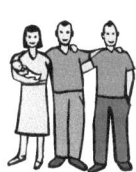

mjomba

uncle

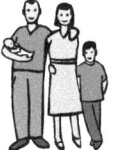

kaka

brother

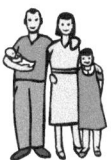

dada

sister

mwili

body

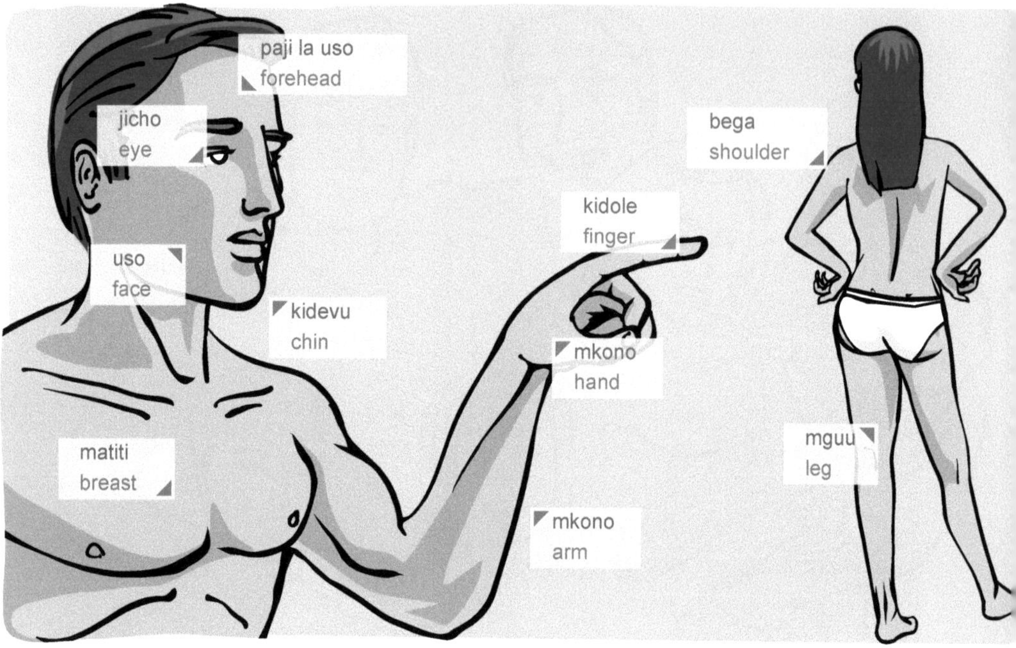

paji la uso
forehead

jicho
eye

bega
shoulder

uso
face

kidole
finger

kidevu
chin

mkono
hand

matiti
breast

mguu
leg

mkono
arm

mtoto

baby

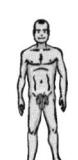

mwanamume

man

mwanamke

woman

msichana

girl

mvulana

boy

kichwa

head

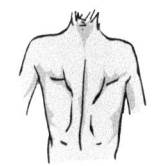

nyuma

back

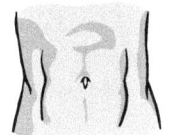

tumbo

belly

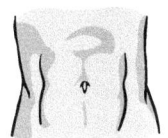

kitovu

navel

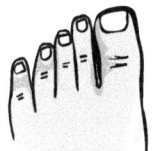

chano

toe

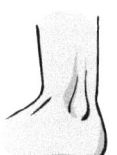

kisigino

heel

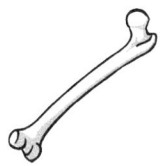

mfupa

bone

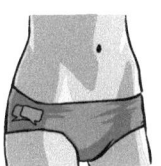

nyonga

hip

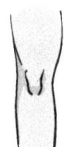

goti

knee

kiwiko

elbow

pua

nose

chini

buttocks

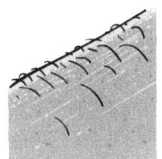

ngozi

skin

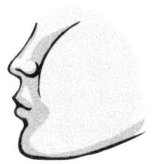

shavu

cheek

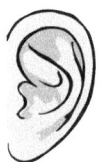

sikio

ear

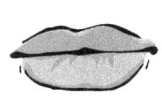

mdomo

lip

kinywa

mouth

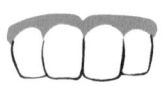

jino

tooth

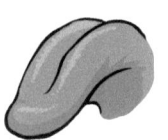

ulimi

tongue

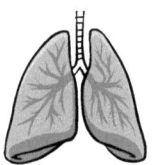

ubongo

brain

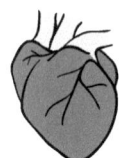

moyo

heart

misuli

muscle

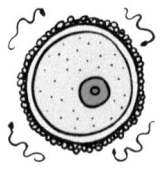

pafu

lung

ini

liver

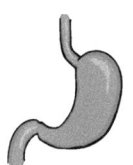

tumbo

stomach

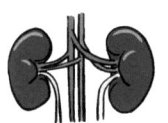

figo

kidneys

jinsia

sex

kondomu

condom

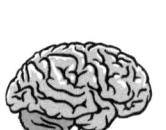

ovari

ovum

shahawa

semen

mimba

pregnancy

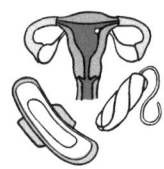

hedhi

menstruation

uke

vagina

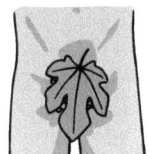

uume

penis

unyusi

eyebrow

nywele

hair

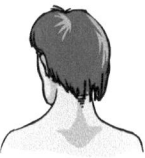

shingo

neck

hospitali
hospital

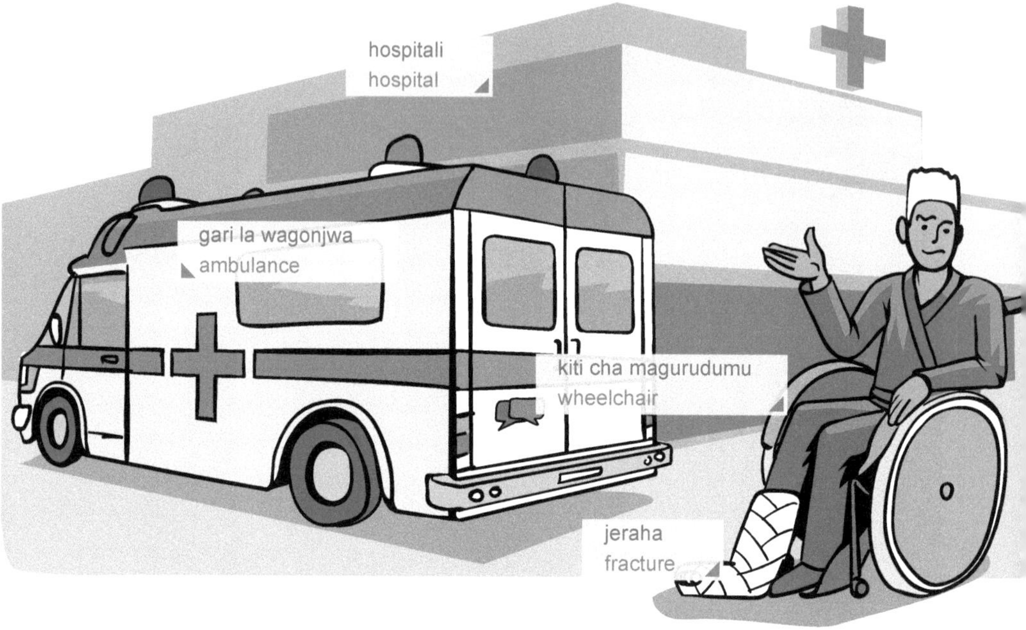

hospitali
hospital
gari la wagonjwa
ambulance
kiti cha magurudumu
wheelchair
jeraha
fracture

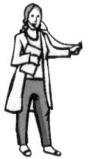

daktari

doctor

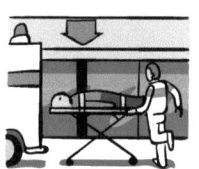

chumba cha dharura

emergency room

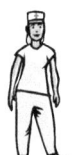

muuguzi

nurse

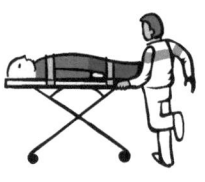

dharura

emergency

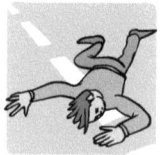

kupoteza fahamu

unconscious

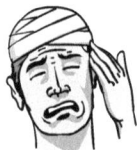

maumivu

pain

kuumia

injury

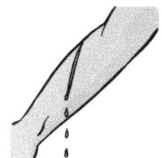

kutokwa na damu

bleeding

mshtuko wa moyo

heart attack

kiharusi

stroke

mzio

allergy

kikohozi

cough

homa

fever

mafua

flu

kuharisha

diarrhea

maumivu ya kichwa

headache

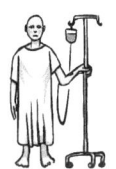

kansa

cancer

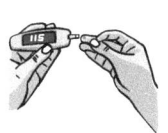

ugonjwa wa kisukari

diabetes

daktari mpasuaji

surgeon

kisu kidogo cha kupasulia

scalpel

operesheni

operation

picha changanufu ya mwili

CT

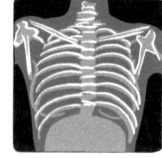

Eksrei

x-ray

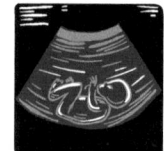

mawimbi sauti

ultrasound

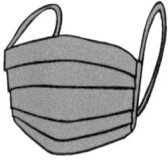

barakoa ya uso

face mask

ugonjwa

disease

chumba cha kusubiri

waiting room

mkongojo

crutch

plasta

plaster

bendeji

bandage

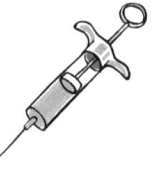

sindano

injection

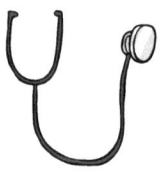

stetoskopu

stethoscope

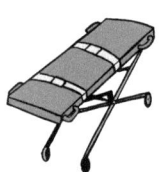

machela

stretcher

kipimajoto cha kliniki

clinical thermometer

kuzaliwa

birth

unene kupita kiasi

overweight

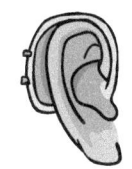

kusikia misaada

hearing aid

kipukusi

disinfectant

maambukizi

infection

virusi

virus

VVU / UKIMWI

HIV / AIDS

dawa

medicine

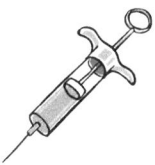

chanjo

vaccination

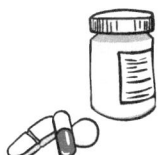

vidonge

tablets

kidonge

pill

simu ya dharura

emergency call

haemodainamometa

blood pressure monitor

mgonjwa / mwenye afya

ill / healthy

Msaada!

Help!

kengele

alarm

pigo

assault

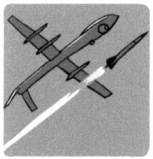

shambulizi

attack

hatari

danger

lango la dharura

emergency exit

Moto!

Fire!

kizima moto

fire extinguisher

ajali

accident

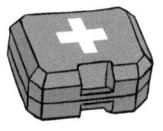

vifaa vya huduma ya
kwanza

first-aid kit

wito wa msaada

SOS

polisi

police

Ulaya

Europe

Amerika ya Kaskazini

North America

Amerika ya Kusini

South America

Afrika

Africa

Asia

Asia

Australia

Australia

Atlantiki

Atlantic

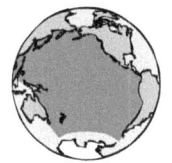

Pasifiki

Pacific

Bahari ya Hindi

Indian Ocean

Bahari ya Antaktiki

Antarctic Ocean

Bahari ya Aktiki

Arctic Ocean

Ncha ya Kaskazini

North pole

Ncha ya Kusini

South pole

Antaktika

Antarctica

dunia

earth

nchi

land

bahari

sea

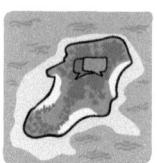

kisiwa

island

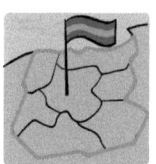

taifa

nation

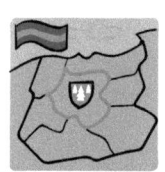

jimbo

state

uso wa saa

clock face

akrabu ya saa

hour hand

akrabu ya dakika

minute hand

akrabu ya sekunde

second hand

Ni saa ngapi?

What time is it?

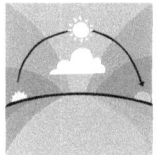

siku

day

wakati

time

sasa

now

saa ya dijitali

digital watch

dakika

minute

saa

hour

Jumatatu
Monday

Jumatano
Wednesday

Ijumaa
Friday

Jumanne
Tuesday

Jumamosi
Saturday

Alhamisi
Thursday

Jumapili
Sunday

jana
yesterday

leo
today

kesho
tomorrow

asubuhi
morning

saa sita mchana
noon

jioni
evening

siku za biashara
workdays

mwishoni mwa wiki
weekend

mvua
rain

upinde wa mvua
rainbow

theluji
snow

upepo
wind

majira ya machipuko
spring

kiangazi
summer

vuli
fall

majira ya baridi
winter

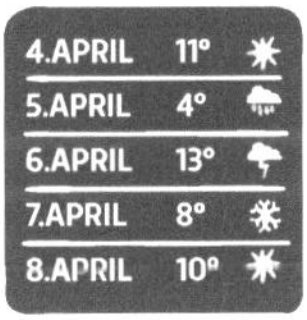

4.APRIL	11°	☀
5.APRIL	4°	☁
6.APRIL	13°	☂
7.APRIL	8°	☀
8.APRIL	10°	☀

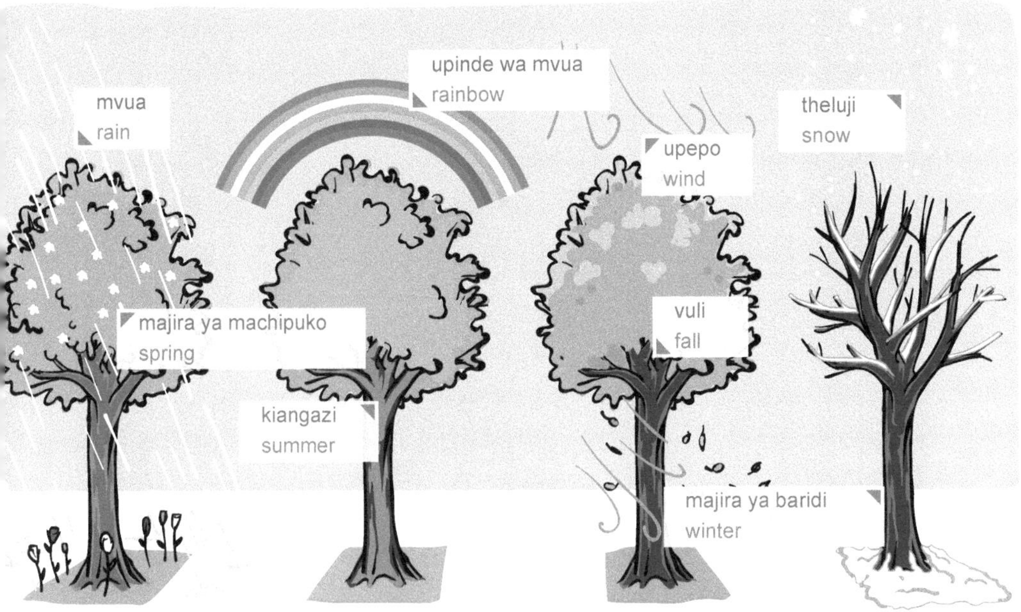

utabiri wa hali ya hewa

weather forecast

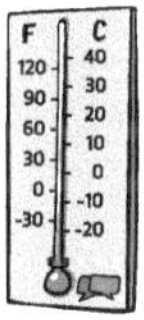

kipimajoto

thermometer

mwanga wa jua

sunshine

wingu

cloud

ukungu

fog

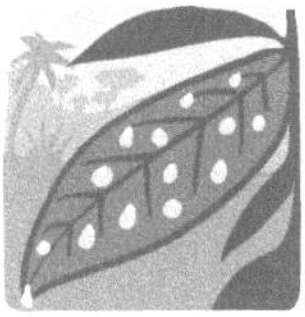

unyevu

humidity

umeme

lightning

radi

thunder

dhoruba

storm

mvua ya mawe

hail

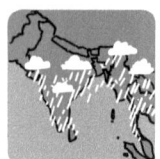

monsuni

monsoon

mafuriko

flood

barafu

ice

Januari

January

Februari

February

Machi

March

Aprili

April

Mei

May

Juni

June

Julai

July

Agosti

August

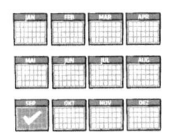

Septemba

September

Oktoba

October

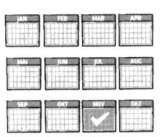

Novemba

November

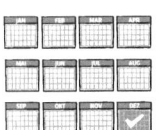

Desemba

December

maumbo
shapes

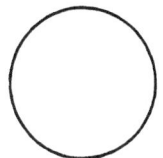

mduara

circle

mraba

square

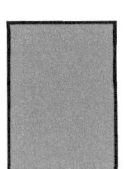

mstatili

rectangle

pembetatu

triangle

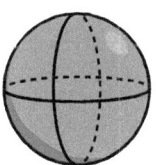

nyanja

sphere

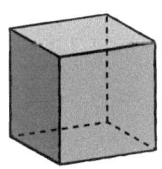

mchemraba

cube

nyeupe

white

manjano

yellow

chungwa

orange

rangi ya waridi

pink

nyekundu

red

hudhurungi

purple

bluu

blue

kijani

green

hanja

brown

jivujivu

gray

nyeusi

black

mengi / kidogo

a lot / a little

hasira / pole

angry / calm

nzuri / mbaya

beautiful / ugly

mwanzo / mwisho

beginning / end

kubwa / ndogo

big / small

angavu / giza

bright / dark

kaka / dada

brother / sister

safi / chafu

clean / dirty

kamilika / tokamilika

complete / incomplete

siku / usiku

day / night

wafu / hai

dead / alive

pana / nyembamba

wide / narrow

kulika / kutolika

edible / inedible

ovu / ema

evil / kind

sisimkwa / udhika

excited / bored

nene / nyembamba

fat / thin

kwanza / mwisho

first / last

rafiki / adui

friend / enemy

jaa / tupu

full / empty

ngumu / laini

hard / soft

nzito / nyepesi

heavy / light

njaa / kiu

hunger / thirst

mgonjwa / mwenye afya

ill / healthy

haramu / kisheria

illegal / legal

akili / kijinga

intelligent / stupid

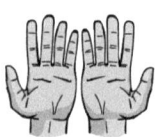

kushoto / kulia

left / right

karibu / mbali

near / far

mpya / kutumika

new / used

kitu / jambo

nothing / something

zee / changa

old / young

waka / zima

on / off

wazi / fungwa

open / closed

utulivu / kelele

quiet / loud

tajiri / masikini

rich / poor

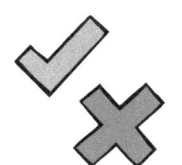

sahihi / kosa

right / wrong

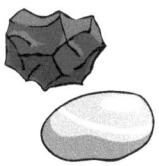

mbaya / laini

rough / smooth

huzunika / furahia

sad / happy

fupi /ndcfu

short / long

polepole / haraka

slow / fast

nyevu / kavu

wet / dry

joto / baridi

warm / cool

vita / amani

war / peace

nambari
numbers

0

sufuri

zero

1

moja

one

2

mbili

two

3

tatu

three

4

nne

four

5

tano

five

6

sita

six

7

saba

seven

8

nane

eight

9

tisa

nine

10

kumi

ten

11

kumi na moja

eleven

12

kumi na mbili

twelve

13

kumi na tatu

thirteen

14

kumi na nne

fourteen

15

kumi na tano

fifteen

16

kumi na sita

sixteen

17

kumi na saba

seventeen

18

kumi na nane

eighteen

19

kumi na tisa

nineteen

20

ishirini

twenty

100

mia

hundred

1.000

elfu

thousand

1.000.000

milioni

million

Kiingereza

English

Kiingereza cha Marekani

American English

Kimandarini cha Uchina

Chinese Mandarin

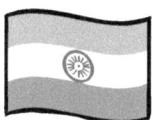

Kihindi

Hindi

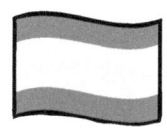

Kihispania

Spanish

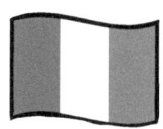

Kifaransa

French

Kiarabu

Arabic

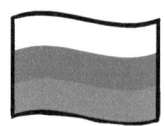

Kirusi

Russian

Kireno

Portuguese

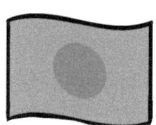

Kibengali

Bengali

Kijerumani

German

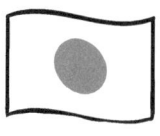

Kijapani

Japanese

mimi

I

wewe

you

yeye / yeye / ni

he / she / it

sisi

we

wewe

you

wao

they

nani?

who?

nini?

what?

jinsi gani?

how?

wapi?

where?

lini?

when?

jina

name

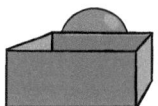

nyuma

behind

katika

in

mbele ya

in front of

juu ya

over

kwenye

on

chini ya

under

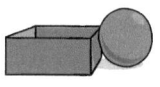

kando

beside

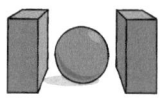

kati

between

mahali

place